Þyngd þögnarinnar

Almeyda Fernandez

Bandaríkin
2024

Áletrun

Titill bókar: Þyngd þögnarinnar
Höfundur: Almeyda Fernandez

Höfundur: Almeyda Fernandez
Hafðu samband: boxingboy898337@gmail.com

INNIHALD

The Perfect Pitch

"Hér!" kallaði hún niður til Norberts ofan af hæðinni. „Ég hef fundið hinn fullkomna stað - rólegur, afskekktur, fjarri öllu sem gæti truflað okkur.

Eins og tryggur félagi hljóp Norbert ákaft upp hæðina, skrefin snögg og ákveðin. Þegar hann var kominn á toppinn staldraði hann við í stutta stund og stöðvaði andann áður en hann stillti myndavélinni snöggt upp. Hann gægðist í gegnum leitarann og athugaði endanlega hornið og lýsinguna.

„Lítur fullkomlega út," sagði hann og lagaði búnaðinn sinn. „Ertu tilbúinn? Aðgerð!"

„Hæ allir, velkomnir aftur á rásina mína! Angelica geislaði inn í myndavélina, orkan hennar smitandi. „Ef þú ert að leita að því að losa þig við kíló og umbreyta líkamanum, þá ertu kominn á réttan stað! Og það besta? Engar pillur, engin svita-framkallandi líkamsþjálfun og nákvæmlega engin flottur búnaður þarf. Auk þess geturðu dekrað við þig allt það nammi sem þú vilt! Já, þú heyrðir rétt í mér - nammi, án nokkurrar sektarkenndar. Ábyrgð árangur. Hljómar of gott til að vera satt? Jæja, það er það ekki!"

Hún leit snöggt á Norbert og gaf honum merki um að færa sig nær til að fá betra skot. Þegar myndavélin stækkaði Angelicu, fanga hún hana í allri sinni dýrð — sniðugur klæðnaður hennar faðmaði fullkomlega myndhöggvaða mynd hennar, myndavélin snéri síðan að geislandi andliti hennar. Óaðfinnanlegur yfirbragð hennar, dökkt gljáandi hárið fossaði um axlir hennar og töfrandi bros hennar lýstu upp rammann. En það voru augu hennar, djúp og grípandi blá, sem vöktu mesta athygli. Angelica hélt áfram: „Ef þú vilt líta út fyrir að vera grannur, fallegur og eins heilbrigður og ég, þá þarf bara einfalda greiðslu upp á $19,95 og ég mun senda þér ítarlega, skref-fyrir-skref leiðbeiningar um hvernig á að ná sömu niðurstöður. Ekki bíða, bregðast við núna!"

Norbert, enn á bak við myndavélina, gaf henni þumalfingur upp, sem gaf til kynna að allt væri í lagi.

"Vúúú!" hrópaði Angelica, hoppaði upp af spenningi og lyfti hnefanum sigri hrósandi. „Ég get ekki beðið eftir að hlaða upp þessu myndbandi! Þetta á eftir að slá í gegn!"

Norbert var hins vegar skilinn eftir að klóra sér í hausnum í ruglinu. „Þetta var frábært, í alvöru. En ég verð að segja að ég er enn svolítið, eh, ruglaður með heildarhugmyndina."

Angelica veifaði áhyggjum sínum af sér með látlausu handbragði, öruggt bros breiðist yfir andlit hennar. „Treystu mér, Norbert, þú munt sjá það. Það mun allt meika sens þegar það er komið út."

ÓVÆNT BANDALÖG

Hlýr faðmlag vorsins lagði leið sína til hins fallega bæjar Pinkerton og bar með sér tilfinningu um endurnýjun sem allir höfðu þráð eftir vægðarlausu og bitra vetrarmánuðina. Bærinn, sem hafði verið sveipaður frosti og kyrrð svo lengi, virtist nú lifna við af krafti og lit. Börn léku sér úti enn og aftur, göturnar fylltust af ys og þys nágranna sem skiptust á kveðju og ilmurinn af blómstrandi blómum hékk í loftinu og kom í stað kalda og dauðhreinsaða andrúmsloftsins sem haldið hafði bæinn föngnum mánuðum saman.

Pinkerton var bær fullur af hefð, þar sem taktur lífsins snérist um kunnuglegar venjur - skóla, háskóla og kirkju. Gildin um vinnusemi, fjölskyldu og trú voru í hávegum höfð og væntingar til ungs fólks voru skýrar og óbilandi. Foreldrar unnu sleitulaust að því að tryggja að börn þeirra alist upp með góðum karakter, sóttu kirkju reglulega, fóru í háskóla og að lokum settust að til að lifa friðsælu og virðulegu lífi. Bæjarbúar voru að mestu sáttir við hið blátt áfram og fyrirsjáanlega líf.

Í þessum litla, íhaldssama bæ var Angelica ferskur andblær. Sem einkabarn foreldra sinna hafði hún verið dýrkuð frá fyrstu tíð. Þeim þótti afar vænt um hana og það var greinilegt að þau gerðu sér miklar vonir um framtíð hennar. Foreldrar Angelicu vildu að hún fylgdi leiðinni sem margir aðrir í Pinkerton höfðu farið - til að lifa einfaldleika lífi, byggt á hefð, en þau vildu líka meira fyrir hana. Hún var stolt þeirra og gleði, bjarta og fallega dóttir þeirra sem virtist ætla að verða mikilmenni. Þeir dekruðu við hana við hvern einasta hring, gáfu henni allt sem hún vildi, allt frá nýjustu tískunni til bestu græjanna, og hvöttu hana í hverju sem henni datt í hug.

Frá unga aldri hafði Angelica orðið vel meðvituð um sláandi fegurð sína. Andlit hennar voru gallalaus, en það voru augun - þessi djúpu, dáleiðandi bláu augu - sem aðgreindu hana sannarlega. Augnaráð hennar gat töfrað hvern sem er á augabragði, dregið þá að sér með styrk sem var bæði heillandi og afvopnandi. Sagt var að augu hennar gætu talað mikið, sagt sögur af tilfinningum og löngunum án þess að segja einu orði. Hún þekkti kraftinn í útliti sínu og lærði snemma hvernig hún ætti að nýta það sér til framdráttar.

Þegar hún þroskaðist bætti Angelica hæfileika sína og einn hæfileiki stóð upp úr meðal allra annarra: hæfileikinn til að selja. Hún uppgötvaði að hún hafði náttúrulega hæfileika til að sannfæra, hæfileika til að fá fólk til að trúa á hana og hugmyndir hennar. Þessi hæfileiki fann fullkomna útrás í heimi samfélagsmiðla og fljótlega setti Angelica á markað sína eigin YouTube rás. Rásin, sem upphaflega einbeitti sér að fegurð og lífsstíl, varð strax velgengni. Snyrtivöruframleiðendur tóku eftir vaxandi áhrifum hennar og fóru að senda vörurnar hennar til endurskoðunar. Heiðarlegar skoðanir Angelicu voru eftirsóttar af óteljandi áhorfendum sem treystu smekk hennar og dómgreind. Umsagnir hennar gátu annað hvort gert eða brotið vöru og áskrifendur hennar treystu á ráðleggingar hennar til að leiðbeina kaupákvörðunum sínum.

Þó Angelica hafi notið fjárhagslegra verðlauna sem fylgdu vaxandi viðveru hennar á netinu - að vinna sér inn þóknun af snyrtivörusölu og kostuðu efni - átti hún stærri drauma. Hún var ekki sátt við að vera einfaldlega gagnrýnandi; Angelica þráði eitthvað miklu meira. Hún sá fyrir sér að byggja upp sitt eigið heimsveldi, sem myndi ekki aðeins gera hana ríka heldur myndi lyfta henni upp í stöðu heimilisnafns, langt út fyrir mörk Pinkerton. Áætlun hennar var metnaðarfull en Angelica var ákveðin. Hún vissi að með sjarma sínum, hnyttni og sannfæringarhæfileikum gæti hún látið þetta gerast. Og síðast en ekki síst vissi hún að Norbert myndi hjálpa henni að átta sig á sýn sinni.

Norbert, nokkuð ólíklegur bandamaður í stóru áætlun Angelicu, var algjörlega hrifinn af henni. Í öll sín 25 ár hafði hann aldrei upplifað annað eins þá tilfinningu sem fór um hann þegar hann rak augun í hana fyrst. Norbert var nörd samkvæmt öllum skilgreiningum – innhverf, bókhneigð týpa sem var öruggari með tölur og kenningar en fólk. Fötin hans voru oft misjöfn, þykk gleraugun hans gerðu það að verkum að hann virtist enn óþægilegri félagslega og almenn framkoma hans hallaðist að hinu andfélagslega. Þó að greind hans væri óumdeilanleg, voru stúlkur lengst frá huga hans. Hann kaus félagsskap bóka en hvers kyns manneskju.

Það var allt til þess dags sem hann sá Angelicu fyrst í viðskiptagreiningartímanum sínum. Eitt blik á hana og allt breyttist. Það var eitthvað við hana - nærvera hennar, sjálfstraust hennar, töfrandi fegurð hennar - sem varð til þess að hjarta hans snérist og hugurinn varð tómur. Þrátt fyrir venjulega feimni gat hann ekki annað en laðast að henni. En Norbert, sem var jafn félagslega óþægilegur og hann, átti erfitt með að kalla fram hugrekki til að nálgast hana. Svo hann gerði það næstbesta: hann settist nálægt henni í von um, einhvern veginn, að hún gæti tekið eftir honum.

Það leið ekki á löngu þar til Angelica, sem hafði alltaf verið sjálfsörugg og útsjónarsöm, fann að hún þurfti á hjálp að halda. Hún var að glíma við sérstaklega erfið heimavinnu og bað Norbert um aðstoð á sjaldgæfu augnabliki af varnarleysi. Þetta markaði upphafið að samstarfi þeirra. Angelica var ekki manneskja við að biðja um hjálp og Norbert, sem var fús til að nýtast henni, var meira en fús til að hlýða. Það leið ekki á löngu þar til þau urðu námsfélagar og Norbert, sér til mikillar undrunar, fann að hann eyddi æ meiri tíma með henni.

Þrátt fyrir óþægindi hans varð Angelica hrifin af Norbert. Á meðan margir aðrir krakkar sprengdu hana með klisjum og upptökulínum, gerði einlægni Norberts og yfirlætislaus eðli hans að hann stóð upp úr. Angelica kunni að meta að hann reyndi ekki að heilla hana með fölsku brauði eða smjaðri. Hann var hressandi heiðarlegur, þótt oft hafi hann fundist vera að þvælast fyrir orðum í návist hennar. Taugaveiklun hans, einkennilega hegðun hans - ekkert af því truflaði hana. Reyndar fannst henni það yndislegt. Norbert var alltaf til staðar þegar hún þurfti á honum að halda, hvort sem það var til aðstoðar við verkefni eða til að sinna erindum fyrir hana. Hún fann huggun í rólegri, stöðugri nærveru hans.

Fyrir Norbert var það hins vegar stöðug barátta að vera í kringum Angelicu. Í hvert sinn sem hún horfði á hann með þessum stingandi bláu augum varð hann stamandi fífl. Hann reyndi eftir fremsta megni að fela tilfinningar sínar, halda ró sinni, en það var ómögulegt. Því nær sem hann kom henni, því erfiðara varð að halda tilfinningum hans í skefjum. Aðdráttarafl hans til hennar var yfirþyrmandi og hann fann sig oft í tungu eða hegða sér klaufalega í návist hennar.

En þrátt fyrir taugaveiklun hans virtist Angelica aldrei hafa áhyggjur af því. Hún vissi að Norbert var öðruvísi en hinir strákarnir sem flöktuðu inn og út úr lífi hennar. Ósvikið eðli hans, vilji til að hjálpa og hljóðlát aðdáun hans á henni voru eiginleikar sem gerðu hann sérstakan. Angelica nýtti sér aldrei tilfinningar sínar; í staðinn naut hún hollustu hans. Þegar öllu er á botninn hvolft var hún mikil viðhaldsmanneskja og það var ótrúlega þægilegt að hafa einhvern eins og Norbert á sínum snærum. Hún gat reitt sig á hann fyrir svo margt, allt frá fræðilegri aðstoð til skipulagsstuðnings fyrir vaxandi YouTube rás sína. Hann var alltaf til staðar, alltaf tilbúinn að gera allt sem hún bað um.

Eftir því sem vordagarnir færðust yfir, varð metnaður Angelicu enn djarfari. Hún eyddi tímum í að hugleiða hugmyndir fyrir fyrirtæki sitt, skipuleggja hvernig hún myndi nota viðveru sína á samfélagsmiðlum til að hefja nýtt verkefni. Norbert, alltaf hinn tryggi vinur, hlustaði af athygli á hugmyndir hennar og kom með hugsanir sínar og ráð hvenær sem hún þurfti á því að halda. Hann var kannski ekki sá sléttasti viðmælandi, en gáfur hans voru ómetanlegar og Angelica vissi að hún gæti treyst á hann til að hjálpa til við að koma sýn hennar til skila.

Saman byrjuðu þau að leggja grunn að verkefni sem myndi að lokum breyta lífi þeirra beggja. Þetta var ólíklegt samstarf – metnaðarfull fegurðardrottning með mikla viðhaldi og félagslega óþægilegur menntamaður – en það tókst. Angelica hafði drifkraftinn, sjarmann og fegurðina til að fanga athygli heimsins, en Norbert hafði heilann, skipulagið og stefnumótandi hugsun til að hjálpa henni að ná árangri. Þau bættu hvort annað fullkomlega upp og eftir því sem þau héldu áfram að vinna saman styrktust tengslin.

Norbert vissi ekki, þar sem hann hjálpaði Angelicu á taugum með áætlanir hennar og drauma, að hann væri að verða órjúfanlegur hluti af einhverju miklu stærra en hvorug þeirra hefði getað ímyndað sér. Framtíðin var óráðin en eitt var ljóst: saman voru þau að fara að leggja af stað í ferðalag sem myndi færa þau langt út fyrir syfjaða bæinn Pinkerton.

Norbert pakkaði myndavélabúnaði sínum vandlega inn, hver hlutur var settur af nákvæmni og vandvirkni, afrakstur nákvæmni hans. Hann hafði eytt öllum síðdegisupptökum fyrir Angelicu, og náði myndefninu sem hún þurfti fyrir einn af væntanlegum fegurðardómum hennar. Hjarta hans hrökk við þegar hann skipulagði búnaðinn; dagurinn hafði verið fylltur bæði spenningi og ótta, þar sem hann reyndi eftir fremsta megni að halda ró sinni í viðurvist einhvers sem gerði hann áreynslulaust kvíðin.

Angelica, með sinni venjulegu náð, brosti til hans þegar hún tók saman hlutina sína. Hún hafði verið aðeins fjörugri en venjulega í dag, strítt honum létt á sama tíma og hún nýtti sér vilja hans til að hjálpa til fulls. Þegar hún lagaði töskuna sína gaf hún honum svip sem lét hann finna fyrir bæði hlýju og óþægindum á sama tíma. Hún hafði lag á að láta honum líða eins og eina manneskjan í heiminum - þó það hafi oft gert hann orðlaus.

"Ó, og gætirðu hlaðið upp myndbandsskránni og sent mér hana, vinsamlegast?" spurði hún, röddin mjúk og ljúf, augun glitrandi eins og alltaf.

Norbert kinkaði kolli snöggt, hendur hans voru skyndilega þéttar þegar hann þreifaði með símanum sínum. „Vissulega," svaraði hann og reyndi eftir fremsta megni að hljóma yfirvegaða, þó að hjartað sló sársaukafullt í brjósti hans.

Þau byrjuðu tvö að ganga aftur niður hæðina í átt að áfangastað sínum. Sólin var að byrja hægt niður og varpaði gullnum blæ yfir smábæinn Pinkerton. Loftið var stökkt og ferskt og bar ilm af blómstrandi blómum sem virtust vera alls staðar. Þrátt fyrir fegurð dagsins var hugur Norberts fullur af þeirri staðreynd að hann gekk við hlið Angelicu, hugsanir hans voru óskipulegur hringur af aðdáun, sjálfsefasemdum og þrá.

Þegar þeir gengu fann Norbert undarlegt tog í brjósti sér, ósögð löngun til að gera eitthvað meira, taka skref út fyrir venjulega samskipti þeirra. Tilfinningar hans til Angelicu hafa vaxið jafnt og þétt undanfarna mánuði og þó hann hafi aldrei verið nógu hugrakkur til að tjá þær, gat hann ekki annað en fundið að hann vildi meira. Þau höfðu unnið náið saman í nokkurn tíma núna og Norbert var farinn að taka eftir fíngerðum breytingum á krafti þeirra. Þeir voru ekki lengur bara námsfélagar eða kunningjar; hann var farinn að hugsa um hana á þann hátt sem fór langt út fyrir vináttu.

Þegar þeir nálguðust botn hæðarinnar safnaði Norbert kjarki. Hann opnaði munninn til að segja eitthvað, en orðin virtust festast í hálsinum á honum. Lófarnir svitnuðu og hálsinn var þurr. Í hvert sinn sem hann reyndi að tala fóru taugar hans yfir hann og skildu eftir að hann átti erfitt með að finna rödd sína.

„Má ég..." byrjaði hann, rödd hans varla meira en hvísl, óviss um hvernig ætti að halda áfram. Hugsanir hans tvístruðust þegar hann reyndi að safna krafti til að halda áfram.

Allt í einu sneri Angelica sér við og augu hennar mættu hans. Heimurinn virtist hægja á sér um stund. Þar, sem stóð aðeins tommu frá hvor öðrum, var Norbert gripinn í ákafa augnaráði hennar. Hjarta hans sleppti takti og hann fraus, gat hvorki hreyft sig né talað. Rýmið á milli þeirra virtist hlaðið, eins og tíminn sjálfur hefði stöðvað flæði sitt til að gera ráð fyrir þessu hverfula, óútskýranlega augnabliki.

Angelica hallaði höfðinu örlítið, varirnar krulluðu í bros þegar hún sá fyrir næstu orðum hans. „Má ég uh, uh...“ stamaði Norbert, orð hans brást honum aftur þar sem hann stóð þarna eins og dádýr sem lent var í framljósum.

— Gefðu þér far heim, meinarðu? spurði Angelica og lauk setningunni fyrir hann. Hún lyfti augabrúninni glettnislega, rödd hennar var skemtileg.

Augu Norberts stækkuðu þegar hann áttaði sig á því hvað hann hafði verið að reyna að spyrja. Hann hafði auðvitað ætlað að bjóða henni far - eitthvað einfalt, eitthvað sem gæti gert þeim kleift að eyða aðeins meiri tíma saman. En núna, þar sem hún stóð svo nálægt, með augun læst á hans, fann hann sig algjörlega afvopnaður. Hugur hans var í hringiðu og hann gat varla svarað.

Hann kinkaði kolli hægt, munnur hans örlítið aptur, augnaráð hans festist á andlit hennar. Honum fannst hann algerlega heimskulegur - hvernig gat hann staðið þarna svona óþægilega, ófær um að mynda eina heildstæða setningu? Axlar hans lækkuðu af vandræðum þar sem hann stóð hreyfingarlaus, fastur í stormi eigin tilfinninga.

En áður en hann gat sagt eitthvað lengra tók Angelica skref til baka og rauf spennuna á milli þeirra. „Ég hef fengið far. Sjáumst," sagði hún og orð hennar komu út í flýti, eins og hún væri að flýta sér að ljúka augnablikinu áður en það gæti orðið flóknara.

Norbert stóð þarna, hjarta hans sökk þegar hann horfði á hana snúa sér og ganga í burtu. Orðin sem hann hafði verið of feiminn til að segja héngu nú þungt í loftinu, ósögð og ósvarað. Hann horfði á mynd hennar hverfa og fann fyrir blöndu af sorg og sjálfsfyrirlitningu. Hvers vegna hafði hann verið svona stressaður? Af hverju gat hann ekki bara verið eðlilegur, bara einu sinni?

Hann barðist við tárin þar sem hann stóð frosinn og hugurinn endurspeglaði augnablikið aftur og aftur. Af hverju þarf ég að vera svona vitlaus? hugsaði hann og sló í hjartað. Hann þerraði sér um hökuna fjarverandi, í von um að hann væri ekki að slefa eða gera sig að meiri fífli en hann hafði þegar gert. Hann veifaði örlítið sorglegt þegar hún hvarf handan við hornið og sagði við sjálfan sig að það væri líklega fyrir bestu. Hann myndi aldrei hafa hugrekki til að segja það sem honum lá á hjarta, ekki með henni, ekki eftir milljón ár.

Tilhugsunin um eigin ófullnægingu ofsótti hann þegar hann gekk aftur að bílnum sínum. Hugur hans flýtti sér, greindi hvert augnablik, hvert orð sem hann hafði sagt. Hvað ef hún hefði meint það þegar hún sagði „Sjáumst"? Hvað ef það væri í síðasta skiptið sem hann sæi hana utan námstíma þeirra? Honum hafði aldrei fundist hann vera jafn lítill á ævinni og sá skilningur varð til þess að honum fannst hann enn einmana.

En þegar hann keyrði heim um kvöldið, voru hugsanir hans tæmdar af henni. Hann gat ekki annað. Hún var falleg, greind, sjálfsörugg - allt sem hann hafði aldrei verið. Andstæðan á milli þeirra var áberandi og samt fannst mér að sumu leyti eins og þau passuðu saman á undarlegan, óútskýranlegan hátt. Norbert hafði alltaf verið stoltur af vitsmunum sínum, af getu sinni til að leysa flókin vandamál og greina aðstæður frá öllum hliðum. En þegar kom að Angelicu virtist öll rökfræði hans og röksemdafærsla hverfa. Í návist hennar var hann aðeins skuggi þeirrar manneskju sem hann hélt að hann væri.

Og þó, þrátt fyrir allt, neitaði lítill hluti hans að gefa upp vonina. Það var neisti á milli þeirra, var það ekki? Tenging sem ekki var hægt að neita, sama hversu óþægilega honum leið í augnablikinu. Angelica hafði brosað til hans, horft á hann með þessum töfrandi augum og í stutta stund hafði hann fundið fyrir einhverju raunverulegu.

Akstur fannst lengri en venjulega um nóttina. Með hverri kílómetra leið urðu hugsanir Norberts þyngri, þungi ósagðra tilfinninga hans þrýstu á hann. Hann vissi ekki hvað framtíðin myndi bera í skauti sér eða hvort hann myndi einhvern tíma geta safnað kjarki til að segja Angelicu hvernig honum leið í raun og veru. En eitt var víst: hann myndi aldrei gleyma þessum degi, þessari stundu, þegar allt virtist hanga á mörkum möguleika.

Dagana á eftir gat Norbert ekki annað en endurtekið atriðið í huganum, aftur og aftur. Í hvert skipti sem hann hugsaði um það, fann hann sjálfan sig hrollvekjandi yfir því hversu vandræðalegur hann hafði verið, hversu illa honum hafði mistekist að tjá sig. Samt gat hann ekki annað en velt því fyrir sér - fann hún fyrir einhverju líka? Eða var það bara hann, lentur í draumi sem myndi aldrei rætast?

Í bili yrði hann að sætta sig við þá vitneskju að þrátt fyrir vandræðagang og taugar hefði Angelica aldrei komið fram við hann af öðru en góðmennsku. Kannski var það nóg — í bili. En Norbert vissi innst inni að einn daginn myndi hann finna hugrekki til að segja hjarta sitt. Og þegar sá dagur kom, vonaði hann að Angelica væri tilbúin að heyra hvað hann hefði að segja.

Ólíklegi bandamaðurinn

Seinna um kvöldið sat Angelica við skrifborðið sitt, augun límd við glóandi skjáinn fyrir framan hana. Nóttin hafði þróast nákvæmlega eins og hún hafði vonað. Fylgjendur hennar, heillaðir af fegurð hennar og ómótstæðilegum loforðum um megrunaráætlun hennar, flæddu yfir vefsíðu hennar af pöntunum. Peningar runnu inn eins og fjöru og viðskiptavinir voru fúsir til að breyta lífi sínu í samræmi við áætlun hennar. Angelica gat ekki annað en brosað þegar tilkynningarnar héldu áfram að smella í símann hennar. Það var spennandi að sjá ávexti erfiðis hennar skila sér.

Þegar tímarnir liðu vann Angelica sleitulaust og sendi persónulegar leiðbeiningar í tölvupósti til hvers viðskiptavinar. Hún vissi hversu mikilvægt það var að láta þá líða að þeim heyrist og að þeim sé umhugað, því það myndi hjálpa til við að byggja upp traust á vörumerkinu hennar. Tilkynningar um nýjar pantanir héldu áfram að berast, en það gerði stanslaus straumur tölvupósta frá viðskiptavinum hennar. Þegar klukkan sló miðnætti var pósthólfið hennar næstum yfirfullt af beiðnum. Uppgefin en sátt lauk Angelica loksins við að senda út síðasta tölvupóstinn sinn.

Líkami hennar fannst eins og hann gæti hrunið, en hugurinn suðaði samt af spenningi. Hún sökk niður í rúmið sitt og vonaði að fá góðan næntursvefn, en það kom ekki. Hún snéri sér við, hugurinn hrökk við af hugsunum um hvernig þyngdartapsáætlun hennar myndi umbreyta lífi viðskiptavina sinna. Draumar hennar voru fullir af sýnum um velgengni, eins og fyrirtæki hennar væri þegar orðið að heimsvísu.

Þegar morgunljósið braust í gegnum gluggatjöldin hennar, veltist Angelica gróflega fram úr rúminu, enn hrollandi af spenningi kvöldsins áður. Hún skoðaði símann sinn, spennt að sjá hvernig hlutirnir hefðu þróast á einni nóttu. En það sem hún fann var ekki glóandi hrósið sem hún hafði búist við.

Þegar hún fletti í gegnum dóma á vefsíðu sinni, sökk hjarta hennar. Í fyrstu umsögninni stóð: „Þessi megrunaráætlun er brandari. Angelica, þú hefur rangt fyrir þér í þetta skiptið! Önnur umsögn kom inn: „Ég vil fá peningana mína til baka." Magi hennar snérist við hverja nýja neikvæða athugasemd. Þetta var ekki bara einn eða tveir; það voru tugir, allir kölluðu forritið hennar svindl, allir efuðust um heilindi hennar.

Angelica fann þungann af reiði þeirra, vonbrigðum þeirra, þrýsta á sig. Hún hallaði sér aftur á bak í stólnum sínum og starði vantrúuð á skjáinn. Hún vissi að áætlun hennar virkaði. Hún hafði lagt tíma, fyrirhöfn og umhyggju í það. Af hverju gátu þeir ekki séð það?

Hún andvarpaði djúpt og nuddaði tindin sín, gremju sína. "Af hverju eru þeir svona fljótir að dæma?" muldraði hún undir öndinni. Eftir langt hlé ákvað hún að ná stjórn á ástandinu. Í stað þess að láta neikvæðu umsagnirnar rífa sig niður, myndi hún bregðast við þeim með styrk og sjálfstrausti. Hún skrifaði fljótt svar: „Því miður, engar endurgreiðslur. Það er sannað að þessi áætlun virkar ef þú heldur áfram að standa við hana. Haltu þig við það og þú þarft ekki endurgreiðslu!“

Þarna. Það ætti að gera gæfumuninn, ekki satt?

En jafnvel þegar hún skrifaði þessi orð, sagði eitthvað í maganum henni að þetta væri ekki nóg. Hún þurfti að sýna viðskiptavinum sínum að hún væri tilbúin að fara umfram það. Hún þurfti að gera eitthvað meira til að sanna að forritið hennar væri lögmætt og að henni væri annt um árangur þeirra.

Það var þegar henni datt í hug. Norbert.

Angelica hafði þekkt Norbert í nokkurn tíma. Hann var hljóðlátur, yfirlætislaus strákur sem hafði alltaf verið góður við hana, þó hún hefði í raun aldrei hugsað mikið um hann umfram einstaka samskipti þeirra. En nú sá hún tækifæri. Norbert vann við tækni allan tímann og hann hafði aðgang að reikningum og kerfum sem gætu hjálpað til við að auka trúverðugleika hennar. Kannski gæti hann verið bandamaður sem hún þurfti til að snúa hlutunum við.

Eftir nokkur augnablik af leit í veskinu sínu fann Angelica heimilisfangið á íbúð Norberts utan háskólasvæðisins. Án þess að eyða meiri tíma greip hún jakkann sinn og hélt út.

Þegar hún gekk inn í íbúðasamstæðuna hans gat hún ekki annað en tekið eftir augnaráði nágrannanna. Jafnvel þó hún hafi verið frjálslega klædd – gallabuxur, stuttermabolur, engin förðun – virtist nærvera hennar töfra alla sem hún gekk framhjá. Það var tilfinning sem hún hafði vanist, en í þetta skiptið leið hún öðruvísi. Hvíslin og augnaráðin ýttu aðeins undir sjálfstraust hennar. Hún hafði verkefni að ljúka.

Hún kom að dyrum Norberts og bankaði. Þegar hurðin opnaðist, tók á móti henni sjón sem hún hafði ekki alveg búist við. Þar stóð Norbert fyrir framan hana. Andlit hans lýsti samstundis upp, en svo, henni til undrunar, fraus hann. Munnur hans hékk opinn, augu hans stækkuðu og áður en hún gat sagt nokkuð virtist hann missa jafnvægið og hrasa aftur á bak og falla til jarðar.

Angelica blikkaði, dálítið undrandi. Hún hafði ekki búist við svona viðbrögðum, en hún gat ekki annað en brosað. Það var hjartfólgið, á vissan hátt. Hún steig inn í íbúðina og steig létt yfir hann þegar hann jafnaði sig.

„Vá, æ, Angelica, hvað ég er heiður af nærveru þinni," stamaði Norbert, enn á jörðinni, greinilega undrandi. „Vinsamlegast komdu inn, frú," bætti hann við með blóma og benti í átt að stofunni.

Angelica lyfti augabrúninni og gekk inn. Augu hennar skoðuðu íbúðina og tóku til sín ringulreiðina. Veggspjöld huldu veggina ásamt hillum af ósamræmdum bókum og vínylplötum. Herbergið hafði ákveðinn sjarma, en það var ljóst að Norbert hafði ekki beinlínis hæfileika fyrir innanhússhönnun.

„Norbert, íbúðin þín er svo... úff, áhugaverð," sagði hún, fjörugur en þó kurteis.

Hann ljómaði af stolti. „Ó, þú átt enn eftir að gleðjast yfir verðmætasta safninu mínu," sagði hann og benti stórkostlega í átt að einum veggnum.

Augu Angelicu fylgdu hendi hans og magi hennar féll. Þarna, innrammað í allri sinni ógnvekjandi dýrð, var vandaður skordýrasýning. Það huldi næstum allan vegginn, með öllum tegundum pöddu sem hægt er að hugsa sér - sumar þeirra á lífi, aðrar varðveittar í glerskápum. En miðpunktur safnsins, sá sem dró augnaráð hennar hvað mest, var gegnheill, lífseig kónguló með þykka, loðna fætur og gljáandi svört augu. Hún fann ógleðisbylgju stíga upp í brjósti hennar.

Hún sneri sér snöggt við og reyndi að líta undan hræðilegu sýningunni. „Vinsamlegast fáðu þér sæti hérna í sófanum, fjarri skordýrunum. Fyrirgefðu," sagði Norbert og tók eftir óþægindum hennar.

Angelica settist í sófann, hjarta hennar sló enn úr augum köngulóarinnar. Hún dró djúpt andann og reyndi að halda aftur af sér. Norbert, sem gerði sér ekki grein fyrir vanlíðan sinni, byrjaði að tala ákaft um skordýrasafnið sitt, hristi upp staðreyndir og smáatriði sem hún hafði engan áhuga á að heyra.

„Skordýr eru heillandi verur jarðar. Það eru ekki allir sem kunna að meta þá eins og ég," hélt Norbert áfram. „Vissir þú að skipting þeirra samanstendur af höfði, brjósti og kvið? Höfuðið er umlukt í hjartaþekju, sem inniheldur loftnet, ocellus og munnhluta..."

„Jæja, allt í lagi," greip hún snögglega fram í og rétti upp hönd. „Ég er ekki hér í náttúrufræðikennslu," sagði hún og reyndi að skera hann af. Hún þagði, mildaði svo tóninn, örlítið bros lék um varir hennar. „Norbert, ég þarf greiða,“ sagði hún, rödd hennar ljúf og sannfærandi.

Andlit Norberts lýsti strax upp, taugaveiklun hans fjaraði út. „Hvað sem þú vilt, frú,“ svaraði hann ákaft og augun stór af eftirvæntingu.

„Ég þarf að skrá þig inn á reikninginn þinn,“ byrjaði hún, og tónn hennar færðist yfir í brýnt. „Ég þarf að skrifa glæsilega umsögn um þyngdartapáætlunina mína, en ég vil að hún líti út eins og hún hafi komið frá þér.“

Norbert virtist undrandi. "Bíddu, þú vilt að ég..."

„Vinsamlegast,“ truflaði Angelica, rödd hennar lág og biðjandi. „Ég þarf þetta, Norbert. Orðspor mitt er í höfn. Ég veit að þú getur hjálpað mér."

Hann blikkaði, greinilega óþægilegur með hugmyndina, en löngun hans til að þóknast henni bar sigur úr býtum. „Stígðu þessa leið, frú,“ sagði hann og benti í átt að dyrum skrifstofu sinnar.

Angelica vissi ekki, það var enn eitt óvænt sem beið hennar á bak við dyrnar. Óvænt sem myndi breyta öllu.

ÓVÆNTI GESTURINN

Angelica gekk inn í íbúð Norberts og fannst blanda af ákveðni og taugaveiklun. Hún var komin til að biðja um greiða, sem krafðist þess að hún stígi út fyrir þægindarammann sinn. Hún hafði aldrei verið inni hjá honum áður, og núna, við þessar undarlegu aðstæður, fannst það einkennilega merkilegt. Um leið og hún steig inn tók hún strax eftir ringulreiðinni – bókum sem hrúgast í horn, vínylplötur á víð og dreif um gólfið og veggspjöld af óljósum listamönnum sem þekja veggina. Þetta var allt svolítið kaótískt, en það var óneitanlega... Norbert.

„Fínn staður," sagði Angelica og reyndi að fela óþægindin sem hún fann til við óreiðuna.

Norbert, með stoltu glotti, benti sér um herbergið. „Þú hefur ekki séð neitt ennþá. Bíddu þar til þú sérð verðlaunasafnið mitt."

Hún lyfti augabrún, óviss um hvað hann var að vísa til. "Verðlaunasafn?"

Með glampa í auga leiddi Norbert hana vinstra megin í íbúðinni þar sem stór sýningarskápur huldi allan vegginn. Inni voru innrömmuð sýnishorn af skordýrum — köngulær, bjöllur, mölflugur og aðrar verur sem létu húð Angelicu skríða. En það var miðpunkturinn sem vakti sannarlega athygli hennar: lífseig, of stór tarantúla, þykkir, loðnir fætur hennar og ógnvekjandi augun stökkva næstum út úr rammanum.

Angelica tók skref til baka og fann fyrir ógleðisbylgju. „Uh... áhrifamikið,“ tókst henni að segja og reyndi eftir fremsta megni að fela skelfinguna sem kviknaði innra með henni. Tilhugsunin um risastóra könguló fékk húð hennar til að skríða.

Norbert hló að óþægindum hennar. „Þetta eru heillandi verur. Hver og einn hefur sína sögu, veistu? Hvernig þeir hreyfa sig, hvernig þeir lifa af - það er eins og þeirra eigin litli heimur.

Angelica vildi ekki heyra meira af skordýrafræðum hans. Hún gat ekki einu sinni horft á skjáinn í sekúndu lengur. „Já, ég skal bara sitja hérna, fjarri... hrollvekjandi skriðunum.

Norbert, sem virtist ánægður með viðbrögð hennar, veifaði hendinni afvirðandi. „Auðvitað, auðvitað. Leyfðu mér að láta þér líða vel. Þú ert þó gestur."

Þegar Angelica sökk niður í sófann neyddi hún sjálfa sig til að anda jafnt og hjarta hennar sló enn af áfalli skordýranna. Hún varð að einbeita sér. Hún var komin af ástæðu.

„Svo, Norbert...“ byrjaði hún og reyndi að hrista af sér langvarandi vanlíðan. "Ég þarf greiða."

Hann sneri sér að henni stórum augum, fús til að hjálpa. „Hvað sem er, Angelica. Þú nefnir það."

„Ég þarf að skrá þig inn á reikninginn þinn fyrir mig,“ sagði hún og rödd hennar varð stöðug. "Ég þarf að skrifa glóandi umsögn fyrir þyngdartapið mitt. Eitthvað sannfærandi, veistu? Ég þarf að líta út eins og raunveruleg velgengnisaga."

Svipurinn á Norbert hiknaði í augnablik áður en hann kinkaði kolli. „Ég get gert það. Það er alls ekkert vandamál."

Angelica var létt. Hún hafði eytt klukkustundum í að vinna að þyngdartapsáætlun sinni, en neikvæðu umsagnirnar hrannast upp. Trúverðugleiki hennar var í höfn og þessi endurskoðun gæti verið það eina sem sneri hlutunum við. Hjálp Norberts myndi gefa henni það forskot sem hún þurfti.

„Takk," sagði hún, rödd hennar mýkri núna. „Ég kann virkilega að meta það."

Rétt þegar hún ætlaði að koma sér fyrir gerðist eitthvað óvænt. Lítið, hreistrað höfuð skaust út undan púðanum við hlið hennar. Augu Angelicu urðu stór. Á eftir höfðinu fylgdu langur, rennandi hali og vefjafætur. Veran - ef þú gætir jafnvel kallað það það - var eðla. Mjög stór eðla, með útbreidd augu sem virtust vera að skanna herbergið, alveg eins og boðflenna.

Blóð Angelicu var kalt. Án þess að hugsa sig um öskraði hún af æðruleysi, hávært öskur sem bergmálaði í gegnum íbúðina. Eðlan skaust út undan púðanum og stefndi beint í áttina til hennar, með langa skottið þeysandi loftið fyrir aftan hana.

Dauðhrædd stökk Angelica á fætur og hrasaði aftur á bak í átt að dyrunum. Hjarta hennar hljóp og andardrátturinn kom í stuttum, skelfingu lostnum. Hún gat ekki slitið augun frá verunni þegar hún fór fram, tunga hennar flökti út eins og snákur. Hún hafði aldrei verið jafn hrædd á ævinni.

Hún ruddist inn um hurðina og skellti henni á eftir sér þegar hún gekk út á ganginn. Hjartað sló í brjósti hennar og hún skalf enn af adrenalíni. Hún hallaði sér að hurðinni, bakið þrýsti þétt að henni þegar hún reyndi að ná andanum.

Það var ekki bara eðlan sem hafði hrædd hana - það var staðreyndin að hún hafði ekki hugmynd um hvað hún hafði komið sér út í með því að koma hingað til að byrja með. Allt fannst rangt. Íbúðin. Undarleg þráhyggja Norberts fyrir skordýrum. Og nú, risastór eðla. Í hvað hafði hún gengið?

Öskur hennar höfðu vakið athygli. Nágrannar, sumir áhyggjufullir og aðrir einfaldlega forvitnir, fóru að streyma inn á ganginn. Angelica reyndi að ná jafnvægi en líkami hennar skalf enn af áfallinu.

Einn mannanna, hávaxinn og vöðvastæltur mynd klæddur svörtum jakka, sólgleraugu og þungu yfirvaraskeggi, nálgaðist hana með viturlegu augnaráði. "Hæ, elskan, hvað er að? Af hverju varstu að öskra svona?"

Rödd hans var lág og malarleg og áfengislyktin af andardrætti hans barst hana strax. Hún steig til baka og lyfti handleggjunum ósjálfrátt upp til að skapa smá fjarlægð á milli þeirra.

„Athugaðu málin," tautaði hún og augu hennar leiftruðu af pirringi. Það síðasta sem hún þurfti var einhver ókunnugur maður sem gerði ráð fyrir að hann gæti komist nálægt henni núna.

Maðurinn virtist ekki hika við viðbrögð hennar. Hann gekk nær, augu hans stækkuðu þegar hann metur hana. "Segðu mér hvað gerðist, elskan. Það er allt í lagi. Þú þarft ekki að vera hrædd."

„Ástæðan fyrir því að ég öskraði kemur þér ekki við! sagði hún snörplega, rödd hennar fylltist vaxandi gremju.

Maðurinn vék ekki að. Þess í stað brosti hann þegar hann horfði á hana upp og niður. Sólgleraugu hans földu augu hans, en Angelica fann hversu ákaft augnaráð hans var. "Kona eins og þú," sagði hann, rödd hans drýpur af yfirlæti, "með gaur eins og Norbert? Meikar ekki sens."

Hann virtist vera að stækka hana og velta því fyrir sér hvað gæti hafa fengið hana til að öskra og hlaupa út úr íbúð Norberts. Angelica fann hvernig hitinn jókst í brjósti hennar. Hún ætlaði ekki að láta einhvern ókunnugan halda að hann vissi hvað væri í gangi.

Rétt í þessu birtist Norbert við dyrnar og virtist ráðalaus þegar hann skoðaði vettvanginn. Maðurinn sneri sér við til að horfa á hann, svo aftur að Angelicu.

„Eitthvað er ekki í lagi hérna," muldraði hann og dró upp símann sinn. „Ég hringi í lögguna. Þeir komast að því hvað gerðist.

Taugar Angelicu blossuðu upp. Þetta var það síðasta sem hún þurfti. Hún var þegar að takast á við óreiðu þyngdartapsáætlunarinnar, og núna, þetta? Hún var ekki að leyfa honum að komast upp með þetta.

Hún dró upp sinn eigin síma, fingurnir hreyfðust hratt þegar hún talaði, rödd hennar hækkaði af reiði. „Heyrðu, ef ég hefði viljað hringja í lögguna, þá hefði ég gert það nú þegar. Og ef ég vildi fara þá hefði ég gert það. En þorið ekki að hringja í lögguna."

Hún tók skref fram á við, glampandi í augunum. „Ef löggan kemur mun ég segja þeim nákvæmlega hvers vegna ég öskraði. Það var vegna þess að þessi maður," benti hún á hann, „var að áreita mig, og ó já — hann hefur drukkið.

Maðurinn fraus. Andlit hans varð fölt á bak við sólgleraugun þegar hann áttaði sig á því að hann hafði vanmetið hana. Án þess að segja meira hélt hann höndunum hálfa leið upp, eins og til að gefast upp, og bakkaði.

Angelica gaf honum eitt síðasta augnaráð, augun hennar hvöss og ósveigjanleg, áður en hún sneri sér við og skellti hurðinni á eftir sér og læsti henni örugglega.

Norbert, sem stóð í dyrunum, klappaði hægt. „Bravó," sagði hann og rödd hans drýpur af aðdáun. "Ég verð að segja að þetta var alveg áhrifamikil sýning. En farðu varlega með þennan gaur. Hann er atvinnuglímumaður og ekki einhver sem þú vilt skipta þér af."

Angelica hleypti léttar andanum þegar hún fann loksins fyrir öryggi inni í íbúðinni. Hún læsti hurðinni á eftir sér og hallaði sér að henni og fann að þunginn af fundinum lagðist á herðar hennar.

„Þakka þér fyrir að höndla þetta,“ sagði hún, rödd hennar mjúk en einlæg.

Andlit Norberts breyttist úr áhyggjum yfir í illgjarnt bros. „Ekkert vandamál. Þó verð ég að viðurkenna að ég varð annars hugar. Ég gleymdi að setja ungfrú Lizzie frá mér. Hann þagði, vandræðalegur svipur fór yfir andlit hans. „Hún er eðlan sem þú hittir áðan. Ég þurfti að hleypa henni út úr búrinu sínu í smá stund, og jæja, hún... slapp.“

Andlit Angelicu fölnaði þegar hún áttaði sig á því sem hafði gerst. „Hleyptu eðlu út í íbúðinni þinni?“ Hún andvarpaði og fann fyrir blöndu af vantrú og gremju.

Norbert baðst fljótt afsökunar. "Mér þykir það mjög leitt, Angelica. Hún er aftur í búrinu sínu núna og allt er í lagi."

Angelica þagði og dró djúpt andann. Hún hafði komið hingað til að fá greiða, en hún var ekki viss um hvort hún væri meira trufluð af ástandinu með Norbert eða fáránleikann í þessu öllu saman. Hún þurfti að halda einbeitingu. Það var enn að sjá um viðskipti.

„Svo,“ sagði hún og brosti, „við skulum snúa okkur aftur að málinu. Um þá umsögn…”

Uppskrift að hörmungum: Ný umfjöllun

Angelica gekk aftur inn á skrifstofu Norberts, dauft bros togaði um varir hennar þegar hún tók upp þar sem frá var horfið. Klukkan á veggnum tifaði og fingurnir hennar dönsuðu yfir lyklaborðið og svöruðu fullt af nýlegum umsögnum viðskiptavina. Hún las í gegnum þær með blöndu af von og þreytu. En það nýjasta vakti athygli hennar. Hún staldraði við um stund og ræsti sig og bjó sig undir að deila hugsunum sínum.

„Norbert, komdu hingað, ég þarf álit þitt á einhverju,“ kallaði hún og leit um öxl í átt að skrifstofu hans.

Norbert birtist stuttu seinna, venjulegt einkennilega bros hans mildaðist af forvitni. Angelica hélt á símanum sínum og las umsögnina upphátt, rödd hennar var stöðug þegar hún talaði:

„Ekki hlusta á þessa slæmu dóma. Þessi áætlun virkar ef þú heldur þig við hana. Ég fylgdi því og missti 5 kíló strax, og ég er aldrei svangur. Þakka þér, Angelica, fyrir eina mataræðið sem hefur nokkurn tíma virkað fyrir mig.

Norbert yppti látlausu öxlum og varirnar krulluðu af skemmtun. „Já, kannski gæti ég sagt þessi orð ef þyngdartap væri markmið mitt,“ sagði hann og hló. Hann þagði og lét þögnina sitja áður en hann bætti við: „Nú, hvernig væri að þú fengir þér sæti og slakar á á meðan ég elda kvöldmatinn?

Angelica lyfti augabrún, forvitin en þó örlítið varkár. Hún hafði komist að því með tímanum að „kvöldverðaráætlanir" Norberts voru venjulega jafn óútreiknanlegar og maðurinn sjálfur. Nokkrum andartaki síðar kom Norbert út úr eldhúsinu, klæddur björtum kokkahúfu og fáránlega stórri svuntu sem á stóð „Kokkur Norbert: meistari í matargerð. Hann hélt á bakka með úrvali af réttum sem Angelica gat ekki alveg flokkað.

„Gott kvöld, frú. Fyrir ánægju þína að borða, býð ég þér ískalt glas af sítrónu-lime Kool-Aid, heitan, rjúkandi disk af SpaghettiOs, þykka, bragðgóða deli-sneiða bologna samloku á fersku hvítu brauði, og til að toppa það, skál af ljúffengri sítrónu Jell-O."

Angelica blikkaði á furðulega matarsafninu, örlítið bros togaði um varir hennar þegar hún starði á diskinn. Máltíðin var í einu orði sagt undarleg - skrýtin samsetning af þægindamat frá æsku sem pössaði ekki alveg saman. Hún sprakk úr hlátri yfir fáránleikanum í þessu öllu saman.

Norbert lækkaði hins vegar höfuðið, andlitið varð bleikt þegar hann starði vandræðalegur á gólfið. Hlátur Angelicu mildaðist þegar hún tók eftir sársaukanum í augum hans.

„Ég er bara ekki svöng, það er allt," sagði hún og nú var tónninn mildari. „Kannski drekk ég bara Kool-hjálpina.

Hún ýtti diskinum að honum, tilraun hennar til húmors féll niður. Norbert leit einu sinni á máltíðina og setti hana einfaldlega í kæliskápinn. skapi hans var farið að hrynja, en hann sagði ekki neitt. Þess í stað hellti hann í sig glas af Kool-Aid og gekk með henni við eldhúsborðið. Þar sátu þau tvö og sötruðu sykurdrykkinn í hljóði, þungi spennu kvöldsins hékk á milli þeirra.

Fundargerð liðin. Samtalið fjaraði út og flæddi út eins og oft þegar Angelica og Norbert fundu sig á þessum rólegu stundum saman. Þegar líða tók á fundargerðina skoðaði Angelica farsímann sinn í von um að nýjasta færslan hennar á samfélagsmiðlum gæti vakið áhuga og komið með bylgju pantana. En engin slík heppni. Skjárinn hélst svekkjandi kyrr.

Til að gera illt verra birtist ný umfjöllun - hörð, reið skilaboð sem voru ábyrg fyrir að setja strik í reikninginn þegar viðkvæmt sjálfstraust hennar.

Angelica dró djúpt andann og las það upphátt, rödd hennar stöðug þrátt fyrir vaxandi gremju innra með henni.

„Þetta svokallaða „mataræði" er algjört svindl. Ekki panta! Ég gat ekki fengið peningana mína til baka, svo ég mun opinbera stóra leyndarmálið. Þetta er það: Það gefur þér einfaldlega fyrirmæli um að snúast um herbergið þar til þú veikist og missir matarlystina. Og ef það virkar ekki, kýldu þig í magann. Hver vill verða veikur?! Og hvað nammi varðar, þá eru leiðbeiningarnar að þú getur borðað allt nammið sem þú vilt, bara ekki fjarlægja umbúðirnar. Ha, ha mjög fyndið! Og hún heldur því fram að við getum verið falleg eins og hún! Engar lýtaaðgerðir í heiminum gætu látið mig líkjast henni!"

Það varð löng þögn þegar orðin settust að í herberginu. Norbert starði á hana, svipur hans var ólæsilegur. Angelica hélt símanum sínum þétt í höndunum og reyndi að skilja orðin.

Að lokum rauf Norbert þögnina, rödd hans drýpur af kaldhæðni. "Ó, svo það er kjarninn í áætluninni?" sagði hann og hló og hótaði að flýja varir hans. Hann átti erfitt með að halda ró sinni en fáránleikinn í gagnrýninni kom honum af fullum þunga. Hann reyndi að kæfa hláturbygginguna í brjósti sér en það var ekkert gagn.

Áður en hann vissi af hóstaði hann óstjórnlega, hláturinn hans bergmálaði á baðherberginu þegar hann flúði til að komast undan augnaráði Angelicu. Hann læsti hurðinni á eftir sér, líkami hans gjörsamlega hláturskömstum.

"Norbert, er allt í lagi með þig?" Angelica kallaði hinum megin við hurðina, áhyggjufullur rödd hennar.

„Já, gefðu mér aðeins augnablik,“ kom þögult svar.

Norbert settist á baðkarbrúninni og reyndi að ná yfirbragði á ný. Hlátur hans hafði gert hann létt í hausnum, en fyrir utan húmorinn var dýpri hugsun sem laumaðist inn í huga hans. Angelica, alltaf jafn stillt og sjálfsörugg, hafði orðið fyrir gagnrýni. Hér var hann og hló að henni á viðkvæmni hennar. Hversu kaldhæðnislegt, velti hann fyrir sér. Hann hafði alltaf verið háður gríni, en á þessu augnabliki var það Angelica sem hafði orðið að rassinum í brandara einhvers annars.

Hann andvarpaði djúpt, ýtti sér upp úr pottinum og þurrkaði andlitið með handarbakinu. Hann horfði á spegilmynd sína í speglinum, mynd hans óskýr í gegnum þokukennd glerið. Sérvitringar hans höfðu alltaf verið uppspretta háðs, en í dag áttaði hann sig á því að hann gæti þurft að vera meira en bara trúður hópsins. Hann var jú vitur maður. Hann hafði erft þekkingu forfeðra sinna og nú var kannski kominn tími til að hann yrði rödd skynseminnar í óskipulegum heimi þeirra.

Hann stóð uppréttur, dró djúpt andann og greiddi hárið af nákvæmni. Hann skvetti dálítið af Köln á, fann fyrir því að hann brýnt að taka sig saman. Þegar hann bjó sig undir að koma fram gat hann ekki annað en hugsað um framtíð Angelicu. Gagnrýnin sem hún varð fyrir gæti bitnað núna, en það var ekki endirinn á ferð hennar. Reyndar gæti þetta bara verið byrjunin.

Dyrnar opnuðust og Norbert birtist aftur, andlitið rólegra, þó að örlítið glampi af illsku lá enn í augum hans.

„Biðst afsökunar á því,“ sagði hann og ræsti sig. "Nú, við skulum sjá hvort við getum gert eitthvað vit í þessu."

Angelica lyfti augabrúninni til hans, hálfskemmtileg, hálf pirruð. „Jæja, allt í lagi, ég skil það. Áætlunin mín var svolítið kjánaleg,“ sagði hún og rétti upp hendurnar í sýndaruppgjöf. „En ég viðurkenni að það virkar fyrir mig þegar mig langar í sælgæti.

Norbert brosti vandræðalega. „Við munum kanna aðra möguleika. Saman munum við finna leiðina að gullna tækifærinu þínu." Hann þagði, tónninn varð alvarlegri. „Má ég stinga upp á skriðdýrarækt? Eða kannski skordýraeyðing?

Angelica ranghvolfdi augunum, þó að bros færi að munnvikum hennar. „Mjög fyndið, Norbert. En ég held að ég haldi mig við núverandi viðleitni mína í bili."

Norbert hallaði sér aftur á bak í stólnum, ánægður glotti á andliti hans. "Hljómar eins og áætlun."

Angelica leit á úrið sitt og áttaði sig á því að tíminn var liðinn. „Ó, sjáðu tímann. Ég verð að fara."

Hún greip úlpuna sína og hélt í átt að dyrunum. Rétt áður en hún fór, hrópaði hún inn á skrifstofu Norberts: „Góða lausan, ungfrú Lizzie," fjörugur stubbur í ringulreið dagsins.

Og þar með var Angelica farin. Norbert sat hljóður og hugsaði um undarlega og hlykkjóttu leiðina sem hafði fært þá báða hingað. Það var ekki hægt að segja til um hvað framtíðin bæri í skauti sér, en eitt var víst: hvað sem kæmi næst, myndu þau takast á við það saman.

A Wish Upon the Night Sky

Þegar Norbert stóð í köldu næturloftinu þyrlaðist innra með honum blanda af spenningi og óvissu. Kvöldið hafði þróast á hinn óvæntasta hátt. Það sem byrjaði sem venjulegur fundur hafði blómstrað í eitthvað miklu dýpra, eitthvað átakanlegra en hann hafði ímyndað sér. Hann hafði gengið Angelicu út að bílnum sínum, og nú stóðu þau saman við hvíta Cavalier hennar, mjúkur ljómi tunglsins varpaði næstum himneskjulegu ljósi á andlit hennar.

Augu hennar, tindrandi eins og tvíburastjörnur, héldu augnaráði hans, og um stund virtist tíminn hægja á sér. Hún var falleg — geislandi, næstum óraunveruleg, þar sem hún stóð undir víðáttumiklum himni. Norbert fann sig heilluð af því hvernig tunglsljósið dansaði í hári hennar, hvernig varir hennar skildu sig aðeins þegar hún talaði. Fegurð hennar gagntók hann og í stutta stund leið eins og allur alheimurinn hefði staldrað við til að verða vitni að þessu viðkvæma samspili.

Hann kyngdi fast og hjartað sló í gegn þar sem hann stóð frosinn á sínum stað. Það þurfti allt hugrekki hans til að stíga lítið skref nær henni, stíga fram, laðast að nærveru hennar eins og mölfluga að eldi. Hvert skref virtist bera hann dýpra inn í draum, skilningarvit hans jukust þegar hann andaði að sér sætum ilminum af ilmvatninu hennar, vímuefnablöndu sem lá í loftinu.

Hjarta Norberts sló hátt í brjósti hans, hljóðið var næstum heyrnarlaust í eyrum hans. Tilfinningamagnið — tilbiðjan, söknuðurinn, einlæg lotningin — flæddi yfir skilningarvit hans og sendi hvimjandi öldu sælu í gegnum líkama hans. Fætur hans voru veikir og sjónin þokuð. Það var eins og heimurinn í kringum hann hefði fjarað út, aðeins Angelica stóð þar, lýsandi mynd hennar var þungamiðjan í allri tilveru hans.

En svo, eins fljótt og galdurinn hafði náð tökum á honum, var hann mölbrotinn. Angelica teygði sig að hurðinni á bílnum sínum, mjúkur smellurinn í handfanginu smellti Norbert aftur í raunveruleikann. Hún var að fara. Hún var að ganga í burtu. Hjarta hans sökk, snörp vonbrigði settist djúpt inn í brjóst hans.

„Góða nótt," sagði hún, rödd hennar hlý en endanleg. Hljóðið af hurðinni sem lokaðist á eftir henni bergmálaði í huga Norberts þegar hún sneri lyklinum í kveikjuna. Hún ók í burtu án þess að líta annað auga á, skuggamynd hennar hvarf í fjarska.

Hann stóð þarna, rótfastur á staðnum, ófær um að hreyfa sig, hugurinn hrökk við af hugsunum sem hann gat ekki alveg skilið. Hann horfði á bílinn hennar hvarf út í nóttina, dauf slóð afturljósa dofna út í myrkrið. Þögnin í kringum hann var þung, tómleikinn áþreifanlegur þar sem hann stóð þarna einn, hjarta hans verkjaði af ósögðum orðum.

Norbert sneri sér hægt og snýr aftur heim til íbúðar sinnar, svalur andvari straukst að andliti hans, en það gerði lítið til að lina storminn sem geisaði innra með honum. Hann þurfti augnablik fyrir sjálfan sig, augnablik til að safna hugsunum sínum, svo hann sat á framtröppum byggingar sinnar og starði út í nóttina.

Stjörnurnar fyrir ofan ljómuðu skært, fjarlægur ljómi þeirra bauð upp á þægindi í kyrrðinni. Loftið var kyrrt, að undanskildu stöku laufi í trjánum. Norbert andvarpaði djúpt og lét kyrrð næturinnar setjast yfir sig, en hugsanir hans héldu fast við Angelicu. Hún átti alltaf hug hans allan, sama hversu mikið hann reyndi að afvegaleiða sjálfan sig.

Hann leit upp til himins og leitaði huggunar í víðáttu alheimsins. Fullt tungl hékk hátt yfir, silfurljós þess baðaði heiminn í mjúkum, annarsheimsljóma. Hann gat ekki annað en fundið fyrir djúpri þrá, næstum sárri þörf fyrir eitthvað meira. Hann óskaði þess, meira en nokkuð, að Angelica sæi hann sem meira en bara vin, meira en klaufalega, óþægilega manninn sem hann taldi sig oft vera.

Hann dró djúpt andann, augu hans bundust björtustu stjörnu himinsins. Með rödd fulla af rólegri von, hvíslaði hann inn í nóttina: „Stjarnan björt, stjörnuljós, vinsamlegast hjálpaðu henni að sjá mig sem manninn sem ég er í raun og veru. Hjálpaðu henni að sjá út fyrir óþægindin, út fyrir óvissuna. Hjálpaðu henni að sjá mig sem meira en vin."

Orð hans héngu í loftinu í smá stund, hjarta hans barst fyrir alheiminum. Var það of mikið að biðja um? Að sjást, sannarlega sjást, fyrir manneskjuna sem hann var inni? Að vera elskaður fyrir þann sem hann var, en ekki bara fyrir framhliðina sem hann sýndi heiminum? Hann vissi það ekki, en óskin logaði innra með honum, vonarglampi í myrkrinu.

Þar sem hann sat þarna, týndur í hugsunum sínum, braust kunnuglegt hljóð í gegnum þögnina - bílvél, dauf en varð háværari. Hjarta hans sleppti takti þegar hann beindi augun í átt að bílastæðinu. Gæti það verið? Var það hægt?

Og svo, rétt eins og hann hafði vonast til, hringdi hvítur bíll hringinn og framljós hans lýstu upp nóttina. Púlsinn jókst þegar hann áttaði sig á því að þetta var Angelica. Hún var komin aftur. Hafði hún gleymt einhverju? Var hún komin til að kveðja almennilega, til að hreinsa loftið, bjóða honum einhvern svip á lokun?

Norbert dró andann í hálsi hans þegar bíll Angelicu hægði á sér og stöðvaðist, mjúkt suð vélarinnar stöðvaðist þegar hún rúllaði niður rúðuna. Hár hennar var laust, flæddi í golunni, og hún var áreynslulaust falleg, jafnvel í daufri birtu næturinnar. Hjarta Norberts hrökk við þegar hann stóð, fætur hans titruðu lítillega þegar hann tók skref í átt að bílnum hennar.

Angelica brosti til hans og áður en Norbert gat talað þrýsti hún hendinni að vörum hennar og kyssti hann, hreyfingin var þokkafull og fjörug. Kossinn virtist vera í loftinu á milli þeirra, tákn um eitthvað meira - eitthvað blíðlegt, eitthvað sem hann gat ekki alveg skilið en langaði í örvæntingu að skilja.

Og bara svona var hún farin aftur. Bíllinn hennar valt áfram, mjúkur sleikurinn í vélinni þegar hún náði hraða fyllti eyru Norberts þegar hún ók í burtu, í þetta skiptið fyrir fullt og allt. Hann stóð þarna, frosinn á sínum stað, viðvarandi tilfinningin fyrir kossi hennar var enn heit á kinn hans. Hann snerti staðinn þar sem hann ímyndaði sér að hann hefði lent, mjúk hlýja sem virtist síast inn í húðina á honum.

Í langa stund stóð hann þarna og starði á bílinn hennar þegar hann hvarf í fjarska. Hann vissi ekki hvað hann átti að gera við það - hvort sem það var merki, hverful bending eða einfaldlega tilviljun. En á því augnabliki gat hann ekki annað en notið tilfinningarinnar að hafa sést, þó ekki væri nema í smástund.

Hann gekk aftur að íbúðinni sinni, hugurinn suðaði af misvísandi hugsunum. Var þetta bara draumur? Var hann að lesa of mikið í það? Eða hafði Angelica, á einhvern hátt, fundið fyrir sömu tengingu og hann hafði? Norbert vissi það ekki, en hann gat ekki vikið frá þeirri tilfinningu að kvöldið hefði verið öðruvísi. Í kvöld hafði eitthvað breyst, eitthvað hafði breyst.

Þegar hann kom inn í íbúðina sína fann hann rólega eftirvæntingu setjast yfir sig. Kvöldið hafði verið fullt af spurningum, fullt af óvissu, en það hafði líka verið fullt af möguleikum. Framtíðin, óviss sem hún var, var aðeins bjartari. Og í fyrsta skipti í langan tíma leyfði Norbert sér að vona.

Kannski, bara kannski, var alheimurinn að samræmast honum í hag. Kannski myndi Angelica sjá hann fyrir þann sem hann var í raun og veru - ekki bara óþægilega maðurinn sem honum leið oft eins og, heldur einhver sem verðugur ástúð hennar, einhver sem gæti staðið við hlið hennar sem meira en bara vinur.

Þegar hann settist niður í íbúð sinni og horfði út um gluggann á stjörnurnar, gat hann ekki annað en velt því fyrir sér hvað framtíðin bæri í skauti sér. Myndi ósk hans nokkurn tíma rætast? Myndi Angelica nokkurn tíma sjá hann eins og hann sá hana? Hann vissi það ekki, en í fyrsta skipti í langan tíma var hann tilbúinn að bíða og sjá hvað stjörnurnar hefðu í vændum fyrir hann.

Og þegar hann lokaði augunum kom mjúkt bros að vörum hans. Honum fannst hann einhvern veginn léttari, eins og þungi þrá hans hefði aðeins verið lyft. Kvöldið í kvöld hafði verið skref fram á við, jafnvel þótt það væri aðeins lítið. Og það var honum nóg.

Norbert gekk inn í stofuna, stað sem hann hafði alltaf vitað að væri fylltur af hlýju og orku, en í kvöld fannst mér það öðruvísi. Venjulegur líflegur í herberginu virtist hafa fjarað út, í staðin fyrir yfirgnæfandi kyrrð sem bergmálaði í gegnum veggina. Í dimmu birtu kvöldsins sá hann Angelicu sitja í sófanum. Stilling hennar var krökt, axlir hennar lágu fram á þann hátt sem hann hafði aldrei séð áður. Einu sinni glitrandi, lifandi bláu augun sem alltaf höfðu borið uppátækjasöm glitta voru nú sljó, týnd í djúpum símaskjásins. Það var eins og lífið sem alltaf hafði lífgað hana væri hægt og rólega að renna út.

Sjónin af varnarleysi hennar, eitthvað sem hann hafði aldrei orðið vitni að áður, sló Norbert djúpt. Hann hafði alltaf þekkt Angelicu sem sjálfsöruggu, viljasterku konuna sem lét aldrei neitt brjóta skref sitt. En núna, á þessari stundu, virtist hún viðkvæm – eins og viðkvæmt fiðrildi lent í stormi. Þunginn af því sem henni datt í hug hafði gert hana sýnilega slitna og djúp, óútskýranleg þörf til að hugga hana skolaði yfir hann.

Norbert dró djúpt andann og þagnaði innri röddina sem hvatti hann til að hörfa. Hann vissi að nú, meira en nokkru sinni fyrr, varð hann að vera sterkur - fyrir hana. Hann hreyfði sig af ásetningi, steig í átt að sófanum og settist við hlið hennar. Þetta var lítið látbragð, en það sem færði hann nær henni en hann hafði nokkru sinni verið áður. Fjarlægðin á milli þeirra virtist minnka en spennan í loftinu var áþreifanleg.

Eitt augnablik talaði hvorugur þeirra. Angelica hélt áfram að stara á símann sinn, fingur hennar flettu aðgerðarlausir í gegnum eitthvað sem virtist hafa enga raunverulega merkingu. Norbert gat séð daufa tárin safnast saman í augnkrókum hennar, en hún gerði enga tilraun til að þurrka þau í burtu. Þess í stað renndu þau niður kinn hennar, ósagður vitnisburður um sársaukann sem hún hélt inni. Hann var sár að sjá hana svona.

„Þakka þér fyrir alla hjálpina,“ muldraði hún hljóðlega, rödd hennar skalf, þegar annað tár lagðist niður andlit hennar. Orðin voru mjúk, næstum eins og hún væri að biðjast afsökunar á einhverju sem hún hafði ekki sagt áður. Hún leit ekki á hann, en hann fann þakklætið í rödd hennar.

„Mín ánægja, hvenær sem er,“ svaraði Norbert blíðlega, rödd hans varla yfir hvísli. Þetta var einfalt svar, en það var sannleikurinn. Hann myndi gera allt fyrir hana, sama hverjar aðstæðurnar væru.

Þeir sátu báðir þegjandi eftir þetta, eina hljóðið sem fyllti rýmið voru mjúkir, melankólískir tónar klassískrar tónlistar í bakgrunni. Þetta var friðsælt hljóð, en það virtist aðeins undirstrika sorgina sem hékk í loftinu. Norbert horfði á þegar hendur Angelicu skulfu lítillega í kjöltu hennar, augnaráð hennar einbeittur. Hann þráði að segja eitthvað meira, eitthvað til að lina þunga sorgar hennar, en hann fann ekki réttu orðin. Það var undarleg tilfinning - að vera í sama herbergi með einhverjum og samt líða eins og það væri mikil, óbrúanleg fjarlægð á milli þeirra.

Að lokum rauf Angelica þögnina, rödd hennar varla yfir hvísli þegar hún þurrkaði tárin sem eftir voru. "Hvað finnst þér eiginlega að ég ætti að gera?" spurði hún, tónninn fylltur óvissu sem var svo ólíkt venjulegu sjálfsöruggu sjálfi hennar. Það var engin kaldhæðni, engin brún í orðum hennar - bara hrár viðkvæmni. "Ég veit ekki hvort ég get þetta lengur. Mér líður eins og allt sé að detta í sundur."

Spurning hennar hékk í loftinu eins og viðkvæmur þráður og beið eftir því að einhver færi í hana. Norbert fann að þunginn þrýsti á sig. Þetta snerist ekki lengur um að bjóða upp á huggun eða öxl til að gráta á; þetta snerist um að gefa henni skýrleika, bjóða henni þá leiðsögn sem hún þurfti til að halda áfram. Hann ræsti sig áður en hann svaraði, rödd hans stöðug en góð.

„Mín einlæga skoðun á málinu væri að verða við beiðni þeirra um endurgreiðslu,“ sagði hann, rólegur en ákveðinn. „Biðjist velvirðingar á misskilningnum og þeir munu skilja. Hann þagði og gaf henni augnablik til að gleypa orð sín. "Þú hefur alltaf verið einhver sem krefst fullkomnunar, en stundum er besta leiðin að viðurkenna þegar hlutirnir hafa ekki gengið eins og áætlað var og taka ábyrgð. Það er hluti af ferlinu."

Angelica þagði um stund, augun beittu símann enn og aftur, eins og tækið gæti veitt henni einhvers konar skýrleika. Hægt og rólega kinkaði hún kolli, en tillagan virtist hikandi, eins og hún væri að berjast við ákvörðunina. "Já, það er rétt hjá þér. Ég bara... mig langaði svo mikið til að ná árangri. Ég vildi að þetta væri það eina sem tókst að lokum." Hún andaði snöggt frá sér, þungt andvarp sem virtist bera allan þungann af gremju hennar. „Ég hef lagt svo hart að mér í þessu, en samt líður mér eins og það sé að renna í gegnum fingurna á mér.

Norbert gat séð sársaukann í augum hennar - þreytu, vægðarlausa löngun til að sanna sig. Hann skildi þá tilfinningu allt of vel. „Já, en allt ferlið við að þróa nýja vöru eða hugmynd felur í sér þolgæði og þrautseigju," útskýrði hann lágt og hallaði sér aðeins inn, eins og til að koma einlægni sinni á framfæri. "Þetta er ekki eitthvað sem hægt er að flýta sér. Fyrst og fremst snýst þetta um að setja skýr markmið og kanna markaðinn þinn. Allt þetta tekur tíma. Það er ekki hægt að búast við því að allt komi saman á nokkrum dögum. Þetta er til langs tíma litið. skuldbinding, Angelica."

Hún skellti upp smá hlátri, þó húmorslaus væri. "Já, ég viðurkenni að ég er vön að fá það sem ég vil þegar ég vil það. Kallaðu mig hvatvís." Hún sneri sér við til að horfa á hann, augun enn þung af tilfinningum, en það var flökt af einhverju öðru - glampi af sjálfsvitund.

Norbert brosti dauflega við viðurkenningu hennar. "Ég myndi ekki segja hvatvís. Ég myndi segja drifið. En drifið fólk gleymir stundum að ekki er hægt að ná hverju markmiði á hraða þeirra eigin vilja." Hann hallaði sér aftur á bak í sófanum, augnaráð hans mildaðist. "Það er allt í lagi að hægja á sér, gefa sjálfum þér svigrúm til að læra og vaxa af þessari reynslu."

Eitt augnablik þagði Angelica og velti fyrir sér orðum sínum. Hann sá innri baráttuna leika í svip hennar. Og þá spurði hún rólegri röddu: "Heldurðu virkilega að ég fái annað tækifæri? Að þeir skilji?"

Norbert kinkaði kolli hughreystandi. "Auðvitað. Mistök eru hluti af ferðalaginu. Og ef einhver skilur gildi annarrar tækifæris, þá ert það þú. Þú hefur byggt upp eitthvað merkilegt og það getur ekki horfið á einni nóttu. Taktu það eitt skref í einu."

Angelica blikkaði, eins og hún væri að vinna úr ráðleggingum hans, og þá kinkaði hún kolli til samþykkis. Það var léttir í stellingu hennar núna, mildandi spennan sem hafði gripið hana áður. Tárin voru enn til staðar, en þau virtust minna yfirþyrmandi, minna kæfandi. Það var eins og orð hans væru farin að lyfta þungu af herðum hennar.

Róleg hlé fylgdi á eftir, aðeins fyllt af tónlist í bakgrunni og öndunarhljóði þeirra. En Norbert gat ekki annað en bætt við stríðnisbrosi: „Og ef ég má segja það, kannski næst þegar þú velur þyngdartapsáætlun sem felur ekki í sér að gefa fólki ógleði.

Augu Angelicu stækkuðu af undrun og í stutta stund gleymdi hún áhyggjum sínum, varir hennar krulluðu í hálft bros. "Í alvöru, myndirðu reyna það?" spurði hún, vantrúuð. Hún lyfti augabrún, greinilega skemmt af tillögu hans.

Norbert brosti og glettnisglampinn kom aftur í augu hans. „Vissulega, einhvern tíma," sagði hann og yppti öxlum, þó hann gæti ekki annað en hlegið rólega að fáránleikanum í þessu öllu saman. "En mig langar að sjá aðeins fleiri sannanir áður en ég tek skrefið. Kannski einhver vitnisburður, kannski?"

Angelica hló, hljóðið léttur og áhyggjulaus, og í fyrsta skipti um kvöldið fann Norbert að spennan á milli þeirra léttist alveg. Á því augnabliki fannst mér eins og heimurinn hefði breyst, jafnvel þótt aðeins væri, en nóg til að leyfa stuttan frest frá þunga samtals þeirra.

Þegar leið á kvöldið sat Norbert við hlið Angelicu og bauð henni rólegan félagsskap og einstaka brandara til að létta skapið. Þó þeir ættu enn langt í land með að sigla áskoranirnar sem fyrir þeim stóðu, þá var eitthvað við þetta augnablik sem fannst mikilvægt. Það var eins og þau hefðu, þrátt fyrir allt, fundið leið til að tengjast aftur – ekki bara sem samstarfsmenn eða vinir, heldur sem tveir einstaklingar sem höfðu deilt viðkvæmri og heiðarlegri stund saman.

Að lokum, þegar tónlistin hélt áfram að spila mjúklega í bakgrunni, settust þau tvö í þægilega þögn. Og þó Norbert vissi ekki hvað framtíðin bæri í skauti sér fyrir Angelicu, vissi hann eitt fyrir víst: hún var ekki ein. Ekki lengur.

LOKIÐ